வாழ்க்கைக்கு வழிகாட்டி

GUIDE FOR LIFE

தொகுப்பு

அரு. அருள்செல்வன்

Compiled By

AR. ARULSELVAN
Mobile: 7397457343

Edited by
Mohamed
TransCloud Language Services
Chennai

Notion Press

NOTION PRESS

India. Singapore. Malaysia.

Published Year: 2023

தந்தைக்கு...

To Father...

இத்தொகுப்பின் ஆக்கத்திற்கு உதவிய நூல்கள்

1. டாக்டர் மு. வரதராசனாரின் திருக்குறள் தெளிவுரை

2. யோகி சுத்தானந்த பாரதியின் ஆங்கில மொழிபெயர்ப்புக் குறட்பாட்கள்

3. பாதிரியார் டபுள்யூ. எச். ட்ரு, பாதிரியார் ஜான் லாசரஸ் ஆகியோரின் (குறளுக்கான) ஆங்கிலத் தெளிவுரைகள்

* * *

முன்னுரை

தமிழ் மொழியின் ஒப்புயர்வற்ற நூல் "திருக்குறள்". மனித இனம் முழுமைக்கும் பயன் தரும் வண்ணம் திருவள்ளுவர் இதைப் படைத்துள்ளார். நூலில் 1330 குறட்பாக்கள் இடம் பெற்றுள்ளன.

வாழ்க்கைக்கு இன்றியமையாதனவாக நான் கருதும் 150 குறட்பாக்களை (ஆங்கில மொழிபெயர்ப்புடன்) இந்நூலில் தொகுத்து அளித்துள்ளேன்.

BOOKS HELPED FOR THE COMPILATION

1. Thirukkural with meaning by
    Dr. M.Varadharajan (in Tamil)

2. (Translated) Thirukkural Couplets in
    English by Yogi Suddananda Bharathi

3. English Explanation for
    Thirukkural by Rev.W.H.Drew, Rev.
    John Lazarus.

* * *

PREFACE

"Thirukkural" is the eminent book of Tamil Language. Thiruvalluvar has created it as useful to the whole human race. There are 1330 couplets in the book.

According to my view, I have compiled 150 couplets (with English translation) in this book which are very essential for life.

1. அகர முதல எழுத்தெல்லாம் ஆதி
   பகவன் முதற்றே உலகு.
   எழுத்துக்களுக்கு 'அ'கரம் முதலாவதாக இருப்பது போல,
   இப்பூமிக்கு (அடிப்படையாக) பழமை வாய்ந்த கடவுள்
   (அல்லது) சூரியன் இருக்கிறது.

* * *

2. முறை செய்து காப்பாற்றும் மன்னவன் மக்கட்கு
   இறையென்று வைக்கப் படும்
   நீதிமுறை செய்து குடிமக்களைக் காப்பாற்றும் மன்னன்
   மக்களால் கடவுளாகக் கருதி மதிக்கப்படுவான்.

* * *

3. வேண்டுதல் வேண்டாமை இலான் அடி சேர்ந்தார்க்கு
   யாண்டும் இடும்பை இல.
   விருப்பு, வெறுப்பு இல்லாமல் நடு நிலையோடு
   இருப்பவனின் கீழ்க் கூடி வாழ்பவர்க்கு எப்போதும்
   துன்பமில்லை.

* * *

4. காட்சிக்கு எளியன் கடுஞ்சொல்லன் அல்லனேல்
   மீக்கூறும் மன்னன் நிலம்
   காண்பதற்கு எளியவனாய், கடுஞ்சொல் கூறாதவனாய்
   இருந்தால், அந்த மன்னனுடைய ஆட்சிக்கு உட்பட்ட
   நாட்டைப் பிறநாடுகளை விட மேம்பட்டதென உலகம்
   உயர்த்திப் பேசும்.

* * *

1. **'A' leads letter, the Ancient Lord
    Leads and lords the entire world.**

As the letter "A' is the first of all letters, so the eternal God (or Sun) is first in the World.

* * *

2. **He is the Lord of people who does
    Sound Justice and saves them.**

The king will be esteemed as a God among people, who performs his own duties with justice and protects the country.

* * *

3. **Who hold the feet who likes nor loathes
    Are free from woes of human births.**

To those who are united to the feet of him who is without desire or aversion evil shall never come.

* * *

4. **That land prospers where the king is
    Easy to see, not harsh of words.**

The whole world will exalt the country of the king who is easy of access and whose words are without harshess.

* * *

5. இயல்புளிக் கோலோச்சும் மன்னவன் நாட்ட
   பெயலும் விளையுளும் தொக்கு.

நீதி முறைப்படி ஆட்சி நடத்தும் அரசனுடைய நாட்டில் மழையும் விளைச்சலும் நிறைவாக இருக்கும்.

* * *

6. குடிபுறங் காத்தோம்பிக் குற்றங் கடிதல் வழுவன்று
   வேந்தன் தொழில்.

குடிகளைப் பிறர் வருத்தாமல் பாதுகாப்பதும் மன்னனின் வேலையாகும். மேலும் குடி மக்கள் செய்யும் குற்றங்களுக்குத் தக்க தண்டனை வழங்குவது தவறு ஆகாது. அதுவும் அவனுடைய வேலையே ஆகும்.

* * *

7. தக்காங்கு நாடித் தலைச்செல்லா வண்ணத்தால்
   ஒத்தாங்கு ஒறுப்பது வேந்து.

குற்றவாளி செய்த குற்றத்தைத் தக்கவாறு ஆராய்ந்து மீண்டும் அக்குற்றம் செய்யாதபடி குற்றத்துக்குப் பொருந்துமாறு தண்டிப்பவரே அரசர்.

* * *

8. கடாஅ உருவொடு கண்அஞ்சாது யாண்டும்
   உகாஅமை வல்லதே ஒற்று.

ஐயுற முடியாத உருவத்தோடு பார்ப்பவருடைய கண் பார்வைக்கு அஞ்சாமல் எவ்விடத்திலும் மனத்தில் உள்ளதை வெளிப்படுத்தாமல் இருக்க வல்லவனே ஒற்றன் ஆவான்.

* * *

**5. Full rains and yields enrich the land
   Which is ruled by a righteous hand.**

Rain and plentiful crops will even dwell together in the Country of the king who sways his scaptres with justice.

* * *

**6. Save his subjects and chide the wrong
   Is flawless duty of a king.**

In guarding his subjects (against injury from others) and in preserving them himself, to punish crime is not a fault in a king, it is his duty.

* * *

**7. A king enquires and gives sentence
   Just to prevent future offences.**

He is king who examines the accusation relavantly and suitably punishes so that it may not be again committed.

* * *

**8. Fearless gaze, suspectless guise
   Guarding secrets make the spies**

A spy one who is able to assume an appearance which may creates no alarm in the minds of others, who fears nobody's face, and who never reveals (his purpose)

* * *

9. ஒற்றுஒற்றி உணராமை ஆள்க உடன்மூவர்
    சொல்தொக்க தேறப் படும்.

ஓர் ஒற்றரை மற்றொரு ஒற்றர் அறியாதபடி இயக்க வேண்டும். அவ்வாறு இயக்கப்படும் ஒற்றர் மூவரின் சொல் ஒத்திருந்தால் அதை உண்மை எனத் தெளிதல் வேண்டும்.

* * *

10. தொகச் சொல்லித் தூவாத நீக்கி நகச் சொல்லி
    நன்றி பயப்பதாம் தூது.

பலவற்றைத் தொகுத்துச் சொல்லியும், அவற்றில் பயனற்றவைகளை நீக்கியும், மகிழுமாறு சொல்லியும் தம் நாட்டிற்கு நன்மை பல உண்டாக்குபவரே தூதர்.

* * *

11. இறுதி பயப்பினும் அஞ்சாது இறைவற்கு
    உறுதி பயப்பதாம் தூது.

தமக்கு அழிவே தருவதாக அமைந்தாலும் அதற்காக அஞ்சி விட்டு விடாமல், தம் அரசனுக்கு நன்மை உண்டாகுமாறு செய்கின்றவரே தூதர்.

* * *

12. அகலாது அணுகாது தீக்காய்வார் போல்க
    இகல் வேந்தர் சேர்ந்தொழுகு வார்.

அரசரைச் சார்ந்து வாழ்கின்றவர் அவரிடமிருந்து மிக விலகாமலும், மிக நெருங்கிச் செல்லாமலும் நெருப்பில் குளிர் காய்வது போல இருக்க வேண்டும்.

* * *

9. Engage the spies alone, apart
When three agree confirm report.

The information collected by the three spies is said to be correct when it is indentical if the three spies are not aware of each other.

* * *

10. Not harsh, the envoy's winsome ways
Does good by pleasant words concise.

The person is an ambassador who (in the pressence of foreign rulers) speaks briefly, avoids harshness, talks so as to make them smile, and thus brings goods (to own sovereign)

* * *

11. Braving death the bold envoy an ambassador
Assure the kings' safety and joy.

One capable of fearlessly presenting the required message over when the life is under threat, is considered as the best ambassador.

* * *

12. Move with hostile king as with fire
Not coming close nor going far.

Persons who serve under the Monarchs should be like those who warm themselves at the fire, be neither too far nor too near,

* * *

13. இயற்றலும் ஈட்டலும் காத்தலும் காத்த
    வகுத்தலும் வல்லது அரசு.

பொருள் வரும் வழிகளை ஏற்படுத்துதல், அவற்றின்
மூலம் பொருள்களைப் பெறுதல், பெற்ற பொருள்களைக்
காத்தல், அவற்றை நாட்டிற்காகப் பகுத்துச் செலவிடல் -
இவற்றைத் திறம்படச் செய்வதுதான் அரசாகும்.

* * *

14. மணி நீரும் மண்ணும் மலையும் அணிநிழல்
    காடும் உடையது அரண்.

தெளிந்த நீரும், வெட்ட வெளியான நிலமும், மலையும்,
அழகிய நிழல் உடைய காடும் ஆகிய இவை நான்கும்
உடையதே அரண் (காவல்) ஆகும்.

* * *

15. ஆங்கமைவு எய்தியக் கண்ணும் பயமின்றே
    வேந்தமை வில்லாத நாடு.

நல்ல அரசன் (அல்லது அரசி) இல்லாத நாட்டில்
வளங்கள் எல்லாம் அமைந்திருந்தபோதும், அவற்றால்
பயனில்லாமல் போகும்.

* * *

16. ஒலித்தக்கால் என்ஆம் உவரி எலிப்பகை
    நாகம் உயிர்ப்பக் கெடும்

கடல் போன்று எலிகள் கூடிப் பகைக்குரல் கொடுத்தாலும்
என்னாகும்? பாம்பு மூச்சுவிட்ட அளவில் அவை
மறைந்து போகும்.

* * *

**13. The able government gets, stores and guards
And distributes them for the Country.**

That is the government which is able to acquire (wealth) to lay it up, to guard and distribute it.

* * *

**14. A crystol found, a space, a mount
Thick woods form a fort paramount.**

The fort consists of sounded water, vast land, hillocks and dense forest.

* * *

**15. Though a land has all resource
It is worthless without good sovereign.**

If a country is not governed by a competent souverign there is no use, though it has all requisites.

* * *

**16. Sealike ratfoes roar, what if?
They perish at a cobra's whiff.**

What if (a host of) hostile rats roar like the sea? They will perish at the mere breath of the cobra.

* * *

17. மறம்மானம் மாண்ட வழிச்செலவு தேற்றம்
    என நான்கே ஏமம் படைக்கு

வீரம், மானம், பெருமையான பயணம், போர்ச் செயலில்
கொள்ளும் தெளிவு ஆகிய நான்கும் ஒரு படைக்குப்
பாதுகாப்பாகும்.

* * *

18. சிறுபடையான் செல்லிடம் சேரின் உறுபடையான்
    ஊக்கம் அழிந்து விடும்.

சிறிய படையுடையவன் தகுந்த இடத்தில் பொருந்தி
நின்றால், பெரிய படையுடையவனின் ஊக்கம் கூட
அழிந்துவிடும்.

* * *

19. நாள்தொறும் நாடிமுறை செய்யா மன்னவன்
    நாள்தொறும் நாடு கெடும்.

ஒவ்வொரு நாளும் நாட்டில் நடக்கும் நிகழ்வுகளை
அறிந்து, சீர்படுத்தி ஆட்சி புரியாத மன்னனின் நாடு
நாள்தோறும் மெல்ல மெல்லக் கெட்டு எல்லா
நலன்களும் இழந்து போகும்.

* * *

20. இடிப்பாரை இல்லா ஏமரா மன்னன்
    கெடுப்பார் இலானுங் கெடும்.

குற்றங்களைச் சுட்டிக்காட்டி இடித்துரைக்கும்
பெரியவர்களின் துணை என்னும் காவல் இல்லாத
மன்னனை கெடுக்க யாரும் இல்லாவிட்டாலும் தானே
கெடுவான்.

* * *

17. Conservancy of army depends four,
  Stately march, faith, honour, valour.

Valour, honour, following in the excellent footsteps (of its predecessors) and trustworthiness-these are alone constitute the safeguard of an army.

* * *

18. Though force is small, if place is right
  One quells a foe of well armed might.

The power of large army against a small army will perish when the small army stands in favourable place.

* * *

19. Scrutinize affairs daily and do justice
  Or day by day the realm decays.

The country of the king will duly fall to ruin, who does not examine daily the affairs and do justice.

* * *

20. The careless king who none reproves
  Ruins himself sans harmful foes.

The king, who is without the guard of men who can rebuke him, will perish, even though there be no one is destroy him.

* * *

21. அல்லற்பட் டாற்றா தழுதகண் ணீரன்றே
    செல்வத்தைத் தேய்க்கும் படை.

ஆட்சியாளரால் துன்புறுத்தப்பட்டு, அதனை ஆற்றிக்
கொள்ள வகை காணாமல் அழுவாரின் கண்ணீர் அந்த
ஆட்சியாளரின் செல்வத்தை (ஆட்சியை) அழிக்கும்
படையாகும்.

* * *

22. ஏந்திய கொள்கையார் சீறின் இடைமுறிந்து
    வேந்தனும் வேந்து கெடும்.

உயர்ந்த கொள்கைகளை உடைய பெரியாரின்
சீற்றத்திற்கு ஆட்பட்டால் மாபெரும் ஆட்சியாளனும் தன்
ஆட்சியை இடையே இழந்து கெடுவான்.

* * *

23. ஒண்ணுதற் கோஒ உடைந்ததே ஞாட்பினுள்
    நண்ணாரும் உட்குமென் பீடு.

போர்க் களத்தில் பகைவரும் அஞ்சுதற்குக் காரணமான
என் வலிமை இவளுடைய ஒளி பொருந்திய நெற்றிக்குத்
தோற்று அழிந்ததே!

* * *

24. உண்டார்கண் அல்லது அடுநறாக் காமம்போல்
    கண்டார் மகிழ்செய்தல் இன்று.

மது தன்னை உண்டவரிடத்தில் அல்லாது காமத்தைப்
போல் தன்னைக் கண்டவரிடத்தில் மயக்கத்தை
உண்டாக்குவதில்லையே.

* * *

21. Groaning tears caused by tyrants' sway
File the royal wealth (rule) away.

The tears, shed by people who can't endure the oppersion, which they suffer (from the ruler) become a file to waste away ruler's wealth (rule).

* * *

22. Before the great person rage
Ev'n the empire meets damage.

The anger of the great persons of good principles will make the king to meet a sudden loss and entire ruin.

* * *

23. Ah! This fair brow shatters my might
Feared by foemen yet to meet.

Oh! her bright brow alone is destroyed even the power of mine that used to territy the most fearless foes in the battle field.

* * *

24. To the drink alone is liquor delight
Nothing delights like pasion at sight.

Liquor delights only when it is drunk, not like passion even when look.

* * *

25. யாழும் உளேம்கொல் அவர் நெஞ்சத்து
    எம் நெஞ்சத்து ஓஒ உளரே அவர்.

எம்முடைய நெஞ்சில் அவர் இருக்கின்றாரே!
(அதுபோலவே) யானும் அவருடைய நெஞ்சத்தில்
இருக்கின்றேனா?

* * *

26. காமம் விடுஒன்றோ நாண்விடு நல்நெஞ்சே
    யானோ பொறேன்இவ் விரண்டு.

நல்ல நெஞ்சே! ஒன்று காமத்தை விட்டு விடு. அல்லது
நாணத்தை விட்டு விடு. இந்த இரண்டையும் ஒரு சேர
பொறுத்துக் கொண்டிருக்க என்னால் முடியாது.

* * *

27. தாம்வீழ்வார் தம் வீழப் பெற்றவர் பெற்றாரே
    காமத்துக் காழில் கனி.

தாம் விரும்புபவர் தம்மை விரும்புகின்ற பேறு பெற்றவர்,
வாழ்க்கையில் விதையில்லாத காதல் கனியைப்
பெற்றவராவார்.

* * *

28. யான்நோக்கும் காலை நிலன்நோக்கும் நோக்காக்கால்
    தான் நோக்கி மெல்ல நகும்.

நான் அவளைப் பார்க்கும்போது அவள் நிலத்தைப்
பார்ப்பாள். நான் பார்க்காதபோது அவள் என்னைப் பார்த்து
மெல்லச் சிரிப்பாள்.

* * *

25. Have I a place within his heart?
   Ah! from mine he will ever part.

He continues to abide in my soul, do I likewise abide in his?

* * *

26. Off with lust O mind, or modesty
   I can not endure both of them.

Oh mind! you better shed the lust or else shum your shyness. I can't bear both.

* * *

27. Stoneless fruit of love they have
   Who are beloved by those they love.

The persons who are beloved by those whom they love only have the storesless fruit of several delight.

* * *

28. I look; she droops to earth a while
   I turn; she looks with gentle smile

When I look she looks down; when I don't she looks and smiles gently.

* * *

29. ஏதிலார் போலப் பொதுநோக்கு நோக்குதல்
     காதலர் கண்ணே உள.

அயலாரைப் பார்ப்பது போல பொதுவாக நோக்குதல்
காதலர்களிடையே உள்ள ஓர் இயல்பாகும்.

* * *

30. கண்ணொடு கண்ணிணை நோக்கொக்கின் வாய்ச்சொற்கள்
     என்ன பயனும் இல.

காதலர்களின் கண்கள் ஒருவரையொருவர் நோக்கி
ஒத்திருந்து அன்பு செய்யும்போது வாய்ச்சொற்களால் ஒரு
பயனும் இல்லை.

* * *

31. செறிதொடி செய்திறந்த கள்ளம் உறுதுயர்
     தீர்க்கும் மருந்தொன்று உடைத்து.

வளையல் அணிந்த காதலி என்னை நோக்கிச் செய்து
விட்டுச் சென்ற கள்ளமான குறிப்பு, என் மிக்க
துயரத்தைத் தீர்க்கும் மருந்து ஒன்று உடையதாக
இருக்கின்றது.

* * *

32. பிணிக்கு மருந்து பிறமன் அணியிழை
     தன்நோய்க்குத் தானே மருந்து.

நோய்களுக்கு மருந்து வேறு பொருள்களாக
இருக்கின்றன. ஆனால், அணிகலன் அணிந்த இவளால்
வளர்ந்த நோய்க்கு இவளே மருந்தாக இருக்கிறாள்.

* * *

29. Between lovers we do discern
A strangers look of unconcern.

Lovers are capable of looking at of each other in an ordinary way, as if they were perfect strangers.

* * *

30. The words of mouth are of no use
When eye to eye agree.

When there is perfect arguement between the eyes of lovers, there is no use for words.

* * *

31. The close bangled bell's hidden thought
Has accure for my troubled heart.

The well-meant departure of her whose bangles are tight fitting contains a remedy that can cure my great sorrows.

* * *

32. The cure for ailment is some where
For fair maids ill she is the cure.

The remedy for a disease is always something different (from it) but for the disease caused by this jewelled maid, she is herself the cure.

* * *

33. உடம்பொடு உயிரிடை என்னமற்று அன்ன
     மடந்தையொடு எம்மிடை நட்பு.

இவளோடு எனக்குள்ள நட்பு உடம்போடு உயிர்க்கு உள்ள
தொடர்பைப் போன்ற தன்மையுடையது.

* * *

34. பன்மாயக் கள்வன் பணிமொழி அன்றோநம்
     பெண்மை உடைக்கும் படை.

பெண்மையாகிய அரணை அழிக்கும் படையாக இருப்பது
பல மாயங்களில் வல்ல கள்வனான காதலருடைய
பணிவுடைய மொழி அன்றோ!

* * *

35. நாண்என ஒன்றோ அறியலம் காமத்தால்
     பேணியார் பெட்ப செயின்.

காதலர் காமத்தால் நமக்கு விருப்பமானவற்றைச்
செய்வாரானால் நாணம் என்ற ஒன்றை அறியாமல்
இருப்போம்.

* * *

36. பெண்ணினால் பெண்மை உடைத்தென்ப கண்ணினால்
     காமநோய் சொல்லி இரவு.

தம் கண்ணினால் தாம் அடைந்த காம நோயைச்
சொல்லி, அதைத் தீர்க்குமாறு வேண்டும் பெண் தன்மை,
பெண்மைக்கு மேலும் சிறப்புடையதாகும்.

* * *

33. Intimacy between me and this lady
Is like bond between life and body.

The amity between me and this damsel is like the union of body and life.

* * *

34. The cheater of many willy arts
His humble words break my femininity

Are not the enticing words of my trick abounding roguish lover, the weapons that breaks away my feminine firmness.

* * *

35. When lover's lust does what is desires
I forget all shame unawares.

I know nothing like modesty when my beloved does from lust, (just) what is desired (by me).

* * *

36. To express love-pangs by eyes and pray
Is womanhoods' womanly way.

To express their love sickness by their eyes and resort to begging bespeaks more than ordinary female excellance.

* * *

37. வீழும் இருவர்க்கு இனிதே வளியிடை
    போழப் படாஅ முயக்கு.

காற்று நடுவே புகுவதற்கு முடியாதபடி தழுவுதல்
புணர்ச்சியில் வீழும் இருவர்க்கு இனிதாகும்.

* * *

38. பாலொடு தேன்கலந் தற்றே பணிமொழி
    வால்எயிறு ஊறிய நீர்.

மென்மையான மொழிகளைப் பேசுகின்ற இவளுடைய
தூய பற்களில் ஊறிய நீர், பாலுடன் தேன்
கலந்தாற்போன்ற சுவையுடையது.

* * *

39. நீங்கின் தொறூஉம் குறுகும்கால் தண்என்னும்
    தீயாண்டுப் பெற்றாள் இவள்.

விலகினால் சுடும். நெருங்கினால் குளிரும். இத்தகைய
புதுமையான தீயை இவள் எவ்விடத்தில் பெற்றாள்?

* * *

40. கண்டு கேட்டு உண்டுயிர்த்து உற்றறியும் ஐம்புலனும்
    ஒண்டொடி கண்ணே உள.

ஒளியையுடைய வளையல்களை அணிந்த இவளிடத்தே
கண்டும், கேட்டும், உண்டும், முகர்ந்தும், தொட்டும்
அடைகின்ற ஐம்புல இன்பங்களும் ஒருங்கே உள்ளன.

* * *

**37. Joy is the fast embrace that doth
   Not admit ev'n air between both.**

The close embrace of pair which not even air could
pass between them is so sweet.

* * *

**38. Like milk and honey the dew is sweet
   From her white teeth whose words is soft.**

The water which oozes from the white teeth of this
soft speeched dasmal is like a mixture of milk and
honey.

* * *

**39. Away it burns and cools at near
   Where from did she get this fire.**

From where has she got this fire that burns when
withdraw from her and cools when approach her.

* * *

**40. In this bangled beauty dwell
   The joys of sight sound touch taste smell.**

The (simultaneous) enjoyment of the five senses of
sight. hearing, taste smell and touch can only be
found with (bright bracelated) woman.

* * *

41. நனவினால் நல்கா தவரைக் கனவினால்
    காண்டலின் உண்டுஎன் உயிர்.

நனவில் (நேரில்) நமக்கு மகிழ்வைத் தராத காதலரைக்
கனவில் கண்டு மகிழும் அந்த இனிய நினைவால், என்
உயிர் இன்னும் உள்ளது.

* * *

42. உள்ளினேன் என்றேன்மற் றென்மறந்தீர் என்றென்னைப்
    புல்லாள் புலத்தக் கனள்.

நினைத்தேன் என்று கூறினேன். 'எனில் முன்
மறந்திருந்தீரோ?' என்று கேட்டு என்னைத் தழுவாமல்
ஊடினாள்.

* * *

43. பெண்இயலார் எல்லாரும் கண்ணின் பொதுஉண்பர்
    நண்ணேன் பரத்த நின் மார்பு.

பரத்தமை உடையவனே! பெண் இயல்பு கொண்டோரெல்லாம்
உன்னைப் பொதுவானவனாகக் கருதி தம் கண்களால்
உண்பர். அதனால், உன் மார்பை நான் நெருங்க மாட்டேன்.

* * *

44. இல்லை தவறவர்க்கு ஆயினும் ஊடுதல்
    வல்லது அவர்அளிக்கு மாறு.

அவரிடம் தவறு ஒன்றும் இல்லையானாலும் அவரோடு
ஊடுதல், அவர் நம் மேல் மிகுதியான அன்பு
செலுத்துமாறு செய்ய வல்லது.

* * *

41. No favour in person, as meet him in dream
My life is lasting still.

My life lasts because I behold him in my dream
who does not do favour me in waking hours.

* * *

42. I said "I thought of you' she left
Her embrace saying "oft you forget'

When I said I had remembered her, she asked, had
you forgotten me before and relaxing her embrace,
began to feign dislike.

* * *

43. I shrink to clasp your bosom lewd
To the gaze of all ladies exposed.

You are a man of prostitution. All these who are
born as woman hind enjoying you with their eyes in
an ordinary way, So I will not embrace you.

* * *

44. He is flawless, but I do pout
So that his loving ways show out.

Even though there is no defects in him, I indulge in
sulk only to enhance his love.

* * *

45. உப்பு அமைந்தற்றால் புலவி அதுசிறிது
    மிக்கற்றால் நீள விடல்.

உப்பு உணவில் அளவோடு இருப்பதைப்போல புலவி
(பொய்க்கோபம்) இருத்தல் வேண்டும். அதை அளவு
கடந்து நீட்டித்தல் உப்பு சிறிது அதிகமானதைப்
போன்றதாகும்.

* * *

46. ஊடலில் தோற்றவர் வென்றார் அதுமன்னும்
    கூடலில் காணப் படும்.

ஊடலில் தோற்றவரே வெற்றி பெற்றவர் ஆவார். அந்த
உண்மை ஊடல் முடிந்துபின் கூடி மகிழும் நிலையில்
தெரியும்.

* * *

47. ஊடல் உணர்தல் புணர்தல் இவை காமம்
    கூடியார் பெற்ற பயன்.

ஊடுதல், ஊடலை உணர்ந்து விடுதல், அதன் பின்
கூடுதல் ஆகிய இவை காம உணர்வால் இணைந்தவர்கள்
பெற்ற பயன்களாகும்.

* * *

48. மலரினும் மெல்லிது காமம் சிலர்அதன்
    செவ்வி தலைப்படு வார்.

காமம் மலரைவிட மென்மையானது. அதன்
தன்மையறிந்து அதில் ஈடுபடுபவர் சிலரே.

* * *

45. Sulking is the salt of love; but
Prolong that is too much salt

A dislike on spouse is like salt is proportian in food,
to prolong it is like salt a little too much.

* * *

46. The yielder wins in lover's sulk
Reunited joy brings it out.

Those are conquerors whose sulk has been defeated
and that is proved by the copulation (which follows)

* * *

47. Sulking feeling and clasping fast
These three are gains of pair's tryst.

Love quarrel, reconciliation and intercourse-these
are the advantages reaped by those who like for lust.

* * *

48. Flower soft is passion; a few alone
Know its delicacy so fine.

Sexual delight is more deligate than a flower, and
few are those who understand its real nature.

* * *

49. ஆற்றின் ஒழுக்கி அறன் இழுக்கா இல்வாழ்க்கை
    நோற்பாரின் நோன்மை உடைத்து.

தானும் அறவழியில் நடந்து, பிறரையும் அறவழியில்
நடக்கச் செய்து வாழும் ஒருவனின் குடும்ப வாழ்க்கைப்
பயன் தவம் செய்பவர் அடையும் நன்மைகளை விட
வலிமை உடையதாகும்.

* * *

50. இல்லதென் இல்லவள் மாண்பானால் உள்ளதென்
    இல்லவள் மாணாக் கடை.

குடும்பத் தலைவி நற்பண்பு உடையவளாக இருந்தால்
அக்குடும்பத்திற்கு இல்லாதது என்ன? அவள் நற்பண்பு
இல்லாதவளாக இருந்தால் வாழ்க்கையில் இருப்பது
என்ன?

* * *

51. மக்கள் மெய்தீண்டல் உடற்கின்பம் மற்றுமவர்
    சொற்கேட்டல் இன்பம் செவிக்கு.

குழந்தைகள் தொடுதல் நம் உடம்பிற்கு இன்பம்
தருவதாகும். அவர்களின் மழலைச் சொற்களைக்
கேட்டல் செவிக்கு இன்பம் தருவதாகும்.

* * *

52. குழல்இனிது யாழ்இனிது என்பதம் மக்கள்
    மழலைச்சொல் கேளா தவர்,

தம் குழந்தைகளின் மழலைச் சொல்லைக் கேட்டு
இனிமையை நுகராதவரே குழலின் இசை இனியது,
யாழின் இசை இனியது என்று கூறுவர்.

* * *

**49. Brings others into virtue and right himself
Who's living brighter than monk's praying.**

The house holder who not swearing from virtue,
helps the ascetic in his way endures more than those
who endure penance.

* * *

**50. What is rare when wife is good
What can be there when she is bad.**

If wife be eminent, what does (that man) not
possess? If she be without excellence what does
(he) possess?

* * *

**51. Children's touch delights the body
Sweet to ears are their words lovely.**

The touch of children gives pleasure to the body,
the sound oftheir voice is pleasure to the ear.

* * *

**52. The flute and lute are sweet they say
Deaf to baby's babble's lay.**

The flute is sweet, the lute is sweet say those who
have not heared the prattle of their own children.

* * *

53. தொட்டனைத் தூறும் மணற்கேணி மாந்தர்க்கு
    கற்றனைத் தூறும் அறிவு.

மணலில் உள்ள கேணியில் தோண்டிய அளவுக்கு நீர்
ஊறும். அதுபோல் மக்களுக்கு கற்ற கல்வியின்
அளவிற்கு அறிவு ஊறும்.

* * *

54. மேற்பிறந்தா ராயினும் கல்லாதார் கீழ்ப்பிறந்தும்
    கற்றார் அனைத்திலர் பாடு.

கல்வியறிவு இல்லாதவர் மேற்குடியில் பிறந்திருந்தாலும்,
கீழ்க்குடியில் பிறந்து கல்வியறிவு பெற்றவர்க்கு சமமாகப்
பெருமையுடையவர் ஆக மாட்டார்.

* * *

55. கற்றிலன் ஆயினும் கேட்க அஃதொருவற்கு
    ஒற்கத்தின் ஊற்றாந் துணை.

படிக்காதவனாக இருந்தாலும் மற்றவர்கள் கூறுவதைக்
கேட்டறிய வேண்டும். அது ஒருவர்க்கு வாழ்க்கையில்
தளர்ச்சி வந்தபோது ஊன்றுகோல் போல் துணை புரியும்.

* * *

56. எப்பொருள் யார் யார் வாய்க்கேட்பினும் அப்பொருள்
    மெய்ப்பொருள் காண்ப தறிவு.

எந்தப் பொருளைப் பற்றி யார் சொல்லக் கேட்டாலும்
(கேட்டவாறே கொள்ளாமல்) அதன் உண்மையான
தன்மையைக் கண்டு கொள்வதே அறிவாகும்.

* * *

53. As deep of the dig the sand spring flows
   As deep of learn the knowledge grows.

Water will flow from a well in the sand in proportian to the depth to which it is dug and knowledge will flow from people in proportion to the learning.

* * *

54. Lower are fools of higher birth than
   Low born men of learning's worth

The unlearned though born in high caste are not equal in dignity to the learned though they may have been born in low caste.

* * *

55. Though not learned. hear and heed
   That serves a staff and stay in need.

Although be without learning should listen (teaching of the learners) that will be a staff in adversity.

* * *

56. To grasp the truth from everywhere
   From everyone is wisdom fair.

To discover the truth in every thing by whomsoever spoken, this is wisdom.

* * *

57. எப்பொருள் எத்தன்மைத் தாயினும் அப்பொருள்
    மெய்ப்பொருள் காண்ப தறிவு.

எப்பொருள் எவ்வியல்பு உடையதாகத் தோற்றத்தில்
தெரிந்தாலும் அப்படியே கொள்ளாமல், அப்பொருளில்
அமைந்துள்ள உண்மையைக் கண்டு கொள்வதே
அறிவாகும்.

* * *

58. நிலத்தியல்பால் நீர்திரிந் தற்றாகும் மாந்தர்க்கு
    இனத்தியல்ப தாகும் அறிவு.

சேர்ந்த நிலத்தின் இயல்பால் நீர் வேறுபட்டு,
அந்நிலத்தின் தன்மையுடைதாகும். அதுபோல
மக்களுடைய அறிவு இனத்தின் இயல்பினை
உடையதாகும்.

* * *

59. அறிவற்றம் காக்கும் கருவி செறுவார்க்கும்
    உள்ளழிக்கல் ஆகா அரண்.

அறிவு, அழிவு வராமல் காக்கும் கருவியாகும். மேலும்
பகை கொண்டு எதிர்ப்பவர்களால் அழிக்க முடியாத உள்
அரணும் ஆகும்.

* * *

60. உலகம் தழீஇயது ஒட்பம் மலர்தலும்
    கூம்பலும் இல்ல தறிவு.

பூக்களைப் போல் மலர்தல் பின் குவிதல்
(மூடிக்கொள்ளல்) என தன்னை மாற்றிக் கொள்ளாமல்
உலகத்தாரோடு பழகி வாழ்வதே அறிவாகும். (சரியெனத்
தோன்றும் தம் கருத்தை மாற்றிக் கொள்ளாமல்
இருத்தல்.)

* * *

**57. Knowledge is truth at things to find
In every case of every kind.**

That is the knowledge which findout the true nature of everything whatever its kind is.

* * *

**58. With soil changes water's nature
With race changes the mental state.**

As water changes (its nature) from the nature of the soil (in which it flows) so will the character of people resemble according to their race.

* * *

**59. Wisdom's weapon wards off all woes
It is inner fort defying foes.**

Wisdom is a weapon to wardoff destruction, it is an inner fortress which enemies cannot destroy.

* * *

**60. The wise-world the wise befriend
They bloom nor gloom, equal in mind.**

In the world live with others freindly but without charge of mind like opening and closing of flowers. That is the wisdom.

* * *

61. அரம்போலும் கூர்மைய ரேனும் மரம் போல்வர்
     மக்கட் பண்பில்லா தவர்.

மக்களுக்குரிய பண்பு இல்லாதவர் அரம் போன்று
கூர்மையான அறிவு உடையவரானாலும் மரத்தைப்
போன்று (ஒரறிவு உடையவராக) கருதப்படுவர்.

* * *

62. உரனென்னும் தோட்டியான் ஓரைந்தும் காப்பான்
     வரனென்னும் வைப்பிற்கோர் வித்து.

ஆசைகளைத் தோற்றுவிக்கும் ஐம்புலன்களையும் மனவுறுதி
என்னும் கதவின் மூலம் கட்டுப்படுத்திக் காப்பவன், சிறந்த
மனிதர்கள் என்னும் தொகுப்பை உருவாக்கக்கூடிய விதை
ஆவான். (அவனுடைய கட்டுப்பாடுமிக்க வாழ்க்கை பிறரையும்
அவன்போல் சிறந்தவராக உருவாக்க வல்லது).

* * *

63. புறம்குன்றி கண்டனைய ரேனும் அகம்குன்றி
     மூக்கில் கரியார் உடைத்து.

வெளித்தோற்றத்தில் குன்றிமணி போன்று சிவப்புடன்
தவக் கோலத்தில் இருந்தாலும் அந்தக் குன்றிமணியில்
மூக்கில் உள்ள கருநிறம் போல் மனம் இருண்டவராய்
இருப்பவர்களை இவ்வுலகம் பெற்றுள்ளது.

* * *

64. மழித்தலும் நீட்டலும் வேண்டா உலகம்
     பழித்தது ஒழித்து விடின்.

உலகம் (சமுதாயம்) தீமையானவை என்று
கருதுபவற்றை விட்டு விட்டால், மொட்டை அடித்தல்,
சடை வளர்த்தல் போன்ற புறக்கோலங்கள் தேவைப்பட
மாட்டா.

61. The mannerless though sharp like file
Are like tree indocile.

One who destitute of human qualities resembles a
tree, though possess the sharpness of wisdom like a
file.

* * *

62. With the door of firmness to restrain
Senses five, is seed to good hoard.

He who proects his five senses by the door of
firmness, will be a seed to the hoard
of good persons.

* * *

63. Berry-red in his outward view,
Black like its nose his inward hue.

(The world) contains persons whose outside appears
(as fair) as the red berry of the Arbus (Kunril), but
whose inside is as black as the nose of that berry.

* * *

64. No balding nor tangling hair
Abstain from condemned acts with care.

There is no use of shavers crown, nor of tangled
hair if one abstains from those deeds wich the world
has condemned.

* * *

65. இருமை வகைதெரிந்து ஈண்டறம் பூண்டார்
    பெருமை பிறங்கிற்று உலகு.

இரு தன்மைகொண்ட நிலைகளை (பிறப்பு-இறப்பு,
இன்பம்-துன்பம்) உணர்ந்து நேர்மையுடன் வாழ்பவர்களின்
பெருமையே உலகில் உயர்ந்தது.

* * *

66. சிறப்பீனும் செல்வமும் ஈனும் அறத்தினூங்கு
    ஆக்கம் எவனோ உயிர்க்கு.

அறம் (நேர்மை) சிறப்பையும் அளிக்கும். செல்வத்தையும்
அளிக்கும். ஆகையால் மனித இனத்திற்கு அறத்தைவிட
நன்மையானது வேறு யாது.

* * *

67. மனத்துக்கண் மாசிலன் ஆதல் அனைத்தறன்
    ஆகுல நீர பிற.

மனத்தில் கெட்ட நோக்கம் இல்லாமல் தூய்மையாக
இருப்பதே அறமாகும். அறம் என்று சொல்லப்படும்
மற்றவை ஆரவாரத் தன்மை உடையவையாகும்.

* * *

68. அறத்திற்கே அன்புசார்பு என்ப அறியார்
    மறத்திற்கும் அஃதே துணை.

அறத்திற்கு மட்டுமே அன்பு துணையாகும் என
அறியாதவர் கூறுவர். ஆராய்ந்து பார்த்தால், வீரத்திற்கும்
அதுவே துணை யாக நிற்கிறது.

* * *

65. No lustre can with theirs compares
Who knows the two states of being.

The greatness of those who have discovered the properties of both states of being (Birth-Death, Joy-sorrow) shines forth in this world. (beyond all others)

* * *

66. From virtue weal and wealth outflow
What greater good can mankind know?

Virtue will confer renown and wealth, what greater source of happiness can one possess?

* * *

67. In spotless mind virtue is found
And not in show and swelling sound.

The spotless mind is only the best virtue, all else is vain show.

* * *

68. Kindness is virtue's friend say know nots
It also helps for acts of valour.

The ignorant say that kindness is an ally to virtue only but really it also helps to valour.

* * *

69. புறத்துறுப்பு எல்லாம் எவன்செய்யும் யாக்கை
    அகத்துறுப்பு அன்பி லவர்க்கு.

உள் உறுப்பாகிய மனத்தில் அன்பு இல்லாதவர்களுடைய
உடலின் வெளி உறுப்புகள் எல்லாம் என்ன செய்யும்
(வெளி உறுப்புகளின் செயல்பாட்டால் பயன் இல்லை)

* * *

70. அகனமர்ந்து செய்யாள் உறையும் முகனமர்ந்து
    நல்விருந்து ஓம்புவான் இல்.

முகமலர்ச்சியோடு விருந்தினரை வரவேற்று,
உபசரிப்பவனின் வீட்டில் மனமகிழ்ச்சியோடு இலக்குமி
தங்கி யிருப்பாள். (விருந்தோம்பல் உடையவரிடத்தில்
செல்வம் நிலைத்திருக்கும்)

* * *

71. செய்யாமல் செய்த உதவிக்கு வையகமும்
    வானகமும் ஆற்ற லரிது.

எவ்வித உதவியும் நாம் ஒருவருக்குச் செய்யாத
நிலையில், அவர் நமக்குச் செய்யும் உதவிக்கு ஈடாக
பூமியையும் வானத்தையும் கொடுத்தாலும் சமமாகாது.

* * *

72. காலத்தினாற் செய்த நன்றி சிறிதெனினும்
    ஞாலத்தின் மாணப் பெரிது.

சரியான நேரத்தில் செய்யப்படும் உதவி சிறியதாயினும்
அது உலகத்தைவிடப் பெரியதாக எண்ணி மதிக்கத்
தக்கதாகும்.

* * *

69. Kindness in heart which limbs must move
Or vain the outer parts will prove.

What will all the external parts (of the body) avail, those who are not distribute kindsness in mind, the internal part of the body.

* * *

70. The goddess of wealth with glady rest
Where smiles welcome the worthy quest.

Lakshmi (Goddess of wealth) with joyous mind shall dwell in the house of that man who with cheerful countenance entertains the good of guests.

* * *

71. Unhelped in turn good help pays
Exceeds in worth of earth and sky.

The gift of the earth and sky is not equivalent for a benefit which is conferred where none had been received.

* * *

72. A help rendered in hour of need
Though small is greater than the world.

A favour conferred in the necessary time, thought it be small (in itself) is (in value) much larger than the world.

* * *

73. கொன்றன்ன இன்னா செய்யினும் அவர்செய்த
    ஒன்றுநன் றுள்ளக் கெடும்.

கொலைக்கு ஒப்பான கொடுமையை ஒருவர் செய்தாலும்
அவர் முன்பு எப்போதோ செய்த நன்மை ஒன்றை
நினைத்துப் பார்த்தால், இப்போது செய்யப்பட்ட கொடுமை
நம் மனத்திலிருந்து மறைந்துவிடும்.

* * *

74. செப்பம் உடையவன் ஆக்கம் சிதைவின்றி
    எச்சத்திற்கு ஏமாப்பு உடைத்து.

நடுவு நிலைமை உடையவனின் செல்வ வளம்
அழிவில்லாமல் அவனுடைய வழித் தோன்றல்களுக்கும்
நன்மை தருவதாக அமையும்.

* * *

75. தீயினாற் சுட்டபுண் உள்ளாறும் ஆறாதே
    நாவினாற் சுட்ட வடு.

தீயினால் உண்டான புண்கூட ஒரு காலத்தில்
ஆறிவிடும். ஆனால், நாவினால் உண்டான புண்
(வார்த்தைகளால் ஏற்பட்ட காயம்) ஆறாது தழும்பாக
நிலைத்து நிற்கும்.

* * *

76. மிகுதியான் மிக்கவை செய்தாரைத் தாம்தம்
    தகுதியான் வென்று விடல்.

செருக்கினால் தீங்கானவற்றைச் செய்தவரை ஒருவர்
தம்முடைய (பொறுமையுடன் கூடிய) தகுதியால் வென்று
விட வேண்டும்.

* * *

73. Let deadly harms be forgotten
   While remembering one good turn.

Though one inflicts an injury great as murder, it will perish before the thought of a benefit (formerly) conferred.

* * *

74. Wealth of the man of equity
   Grow and lasts to posterity.

The wealth of the man of rectitute will not perish, but will bring happiness to his posterity.

* * *

75. The fire-burnt wounds do find a cure
   Tonge-burnt wound rests a running sore

The wound which has been burnt in by fire may heal. but a wound hurt in by the tongue (words) will never heal.

* * *

76. By noble competence vanquish
   The proud that have cause you anguish

Let on by competence (with patience) overcome those who commit excesses through pride.

* * *

77. அழுக்கற்று அகன்றாரும் இல்லை அஃதில்லார்
    பெருக்கத்தில் தீர்ந்தாரும் இல்.
பொறாமைக் குணம் இல்லாதவர் பெருமை பெறத்
தவறுவதில்லை. பொறாமைக் குணம் உடையவர்
வாழ்வில் பெருமை அடைவதில்லை.

* * *

78. ஏதிலார் குற்றம் போல் தம்குற்றம் காண்கிற்பின்
    தீதுண்டோ மன்னும் உயிர்க்கு.
அயலாருடைய குற்றத்தைக் காண்பதுபோல், தம்
குற்றத்தையும் காண வல்லவரானால் சிறந்த உயிர்
வாழ்க்கைக்குத் துன்பம் உண்டோ?

* * *

79. பகையகத்துச் சாவார் எளியர் அரியர்
    அவையகத்து அஞ்சா தவர்.
பகைவர் உள்ள போர்க்களத்தில் போரிட்டு சாகத்
துணிந்தவர் உலகத்தில் பலர். ஆனால், பலர் கூடியுள்ள
அவையில் அஞ்சாமல் பேசவல்லவர் சிலரே.

* * *

80. பலசொல்லக் காழுறுவர் மன்றமா சற்ற
    சிலசொல்லல் தேற்றா தவர்.
தெளிவான குற்றமில்லாத சில சொற்களைச் சொல்லத்
தெரியாதவர்கள்தான் பல சொற்களைச் சொல்லிக்
கொண்டிருக்க விரும்புவர்.

* * *

**77. The enviour prosper never
The enviless prosper ever.**

Never have the envious become great, never have those who are free from envy been without greatness.

* * *

**78. No harm would fall to anyone
If each own defect could seen.**

If a person observes own faults as the observation of faults of others, will keep that person away from harms.

* * *

**79. Many brave face foes and die in fields
The fearless few face wise councils.**

Many indeed may (fearlessly) die in the presence of (their) foes. (but) few are those who are fearless to speak in the assembly.

* * *

**80. They overspeak who do not seek
A few and flawless words to speak.**

They will desire to utter many words, who do not know how to speak a few faultless words.

* * *

81. நயன் இலன் என்பது சொல்லும் பயன்இல
    பாரித்து உரைக்கும் உரை.
ஒருவன் பயனில்லாத பொருள்களைப் பற்றி விரிவாகச்
சொல்லும் சொற்கள், அவன் நல்லவன் இல்லை
என்பதை அறிவிக்கும்.

* * *

82. விரைந்து தொழில் கேட்கும் ஞாலம் நிரந்தினிது
    சொல்லுதல் வல்லார்ப் பெறின்.
ஒருவர் தம் கருத்துக்களை ஒழுங்காகக் கோத்து
இனிமையாகச் சொல்ல வல்லவராக இருப்பின் உலகம்
அவர் சொல்லும் வேலையைச் செய்யத் தயாராக
இருக்கும்.

* * *

83. மறந்தும் பிறன்கேடு சூழற்க சூழின்
    அறஞ்சூழும் சூழ்ந்தவன் கேடு.
பிறர்க்கு கேடு ஏற்பட வேண்டும் என எண்ணுதல்
கூடாது. அவ்வாறு எண்ணினால் எண்ணுபவனுக்கு கேடு
விளையுமாறு அறம் எண்ணும்.

* * *

84. மன்னுயிர் ஓம்பிஅருள் ஆள்வார்க்கு இல்லென்ப
    தன்னுயிர் அஞ்சும் வினை.
உலகத்து உயிர்களுக்குத் தீங்கு வரமாற் பாதுகாக்கும்
கருணை வழியில் நிற்பவர்க்குத் தம் உயிர் குறித்த
அச்சம் இல்லை.

* * *

81. The babbler's hasty hips proclaim
The unfairness of him.

The conversation in which a man utters forth useless things will say of him he is not good.

* * *

82. The world will quickly carryout
The words of counsellors astute.

It there be those who can speak on various subjects in their proper order and in a pleasing manner the world would be ready to carryout their words.

* * *

83. His ruin virtue plots who plans
The ruin of another man's.

A man should leave the intention for other's ruin. If not the virtue will think about the ruin of him.

* * *

84. He is free from dread for his life
Who serves mercy to all.

There is no fear about the own life for a person, who is serving mercy to all life beings of the world.

* * *

85. அழக்கொண்ட எல்லாம் அழப்போம் இழப்பினும்
    பிற்பயக்கும் நற்பா லவை.

பிறரை வருந்துமாறு செய்து பெற்ற பொருள் எல்லாம்
பெற்றவர் வருந்துமாறு போய்விடும். நல்வழியில்
வந்தவை இழக்கப்பட்டாலும் பிறகு பயன் தரும்.

* * *

86. களவினால் ஆகிய ஆக்கம் அளவிறந்து
    ஆவது போலக் கெடும்.

களவு மூலம் வரும் பொருள் பெருகுவதுபோல் தோன்றி
பிறகு இயல்பாக இருக்க வேண்டிய அளவுக்கும்
குறைந்து கெட்டுவிடும்.

* * *

87. இருவேறு உலகத்து இயற்கை திருவேறு
    தெள்ளியர் ஆதலும் வேறு.

உலகத்தின் இயற்கை இருவேறு வகையாக உள்ளது.
செல்வம் உடையவராக இருப்பது வேறு,
தெளிவானவராக இருப்பது வேறு.

* * *

88. கணை கொடிது யாழ்கோடு செவ்விது ஆங்கன்ன
    வினைபடு பாலால் கொளல்.

நேராகத் தோன்றினாலும் அம்பு கொடியது. வளைந்த
கொம்புடன் கூடியதானாலும் யாழ் நன்மையானது.
அதைப் போல மக்களின் பண்புகளை அவர்களின்
தோற்றத்தை வைத்து முடிவு செய்யாமல் அவர்களின்
செயல் வகையால் உணர்ந்துகொள்ள வேண்டும்.

* * *

85. Gains from weeping. weeping go
Though lost from good deeds blessings flow

All that has been obtain by a person with tears (of others) will depart with tears (to that person) but what has been obtained by fair means, though with loss at first will afterwords yield fruit.

* * *

86. The gain by fraud may overflow
But swift to ruin it shall go.

The property which is aquired by fraud will pass all bounds and perish, even while it seems to increase.

* * *

87. Two natures in the world obtain
Some wealth and others wisdom gain.

The world witnesses two contrasting features like one possessing knowledge and other having wealth.

* * *

88. Know persons by acts and not by forms
Straight arrow kills, but bent flute charms.

As in its use, the straight arrow is harmful and the curved lute is harmless, So by their deeds (and not by appearnce) let people be estimated.

* * *

89. உருவுகண்டு எள்ளாமை வேண்டும் உருள்பெருந்தேர்க்கு
    அச்சாணி அன்னார் உடைத்து.
வடிவத்தைப் பார்த்து ஒருவரை இகழக்கூடாது. ஏனெனில்
உருண்டு செல்லும் பெரிய தேருடைய அச்சின்
கடையாணி போன்று முக்கியத்துவம் உடையவராக
அவர் இருக்க கூடும்.

* * *

90. பொய்மையும் வாய்மை இடத்த புரைதீர்ந்த
    நன்மை பயக்கும் எனின்.
குற்றமில்லாத நன்மையை உண்டாக்குமானால் பொய்யும்
உண்மை என்று கருதத்தக்க இடத்தைப் பெறும்.

* * *

91. எற்றிற்கு உரியர் கயவர் ஒன்று உற்றக்கால்
    விற்றற்கு உரியர் விரைந்து.
ஒரு துன்பம் தமக்கு வந்துவிட்டால், அதற்காக உடனே
தம்மைப் பிறர்க்கு விற்று விடுவதைத் தவிர வேறு
எதற்குக் கயவர் தகுதியானவர்.

* * *

92. நன்றாங்கால் நல்லவாக் காண்பவர் அன்றாங்கால்
    அல்லற் படுவது எவன்
வாழ்வில் நன்மை ஏற்படும் போது அவற்றை
மகிழ்ச்சியுடன் ஏற்றுக்கொள்பவர், தீமை ஏற்படும் போது
மனம் வருந்துவது ஏன்? (நன்மை தீமைகளை சமமாக
எடுத்துக்கொள்ளும் மனநிலை பெற வேண்டும்)

* * *

89. Scorn not form; foremen there are
     Like linchpin of big rolling car.

Let none be dispised for (their) size the world has those who resemble the linchpin of the big rolling car.

* * *

90. E'en falsehood may for truth suffice
     When good it brings removing vice.

If falsehood confers a benefit that is free from fault, it has the nature of truth.

* * *

91. The base hasten to sell themselves
     From doom to flit and nothing else.

The base will hasten to sell themselves as soon as a calamity has been fallen them. For what else-one they fitted.

* * *

92. Who be happy in time of good perceive
     In evil time why should they grieve?

How is it that who are pleased with goodness, trouble themselves when evil comes. (Since both are equally the decree of fate)

* * *

93. இடுக்கண் வருங்கால் நகுக அதனை
    அடுத்தூர்வது அஃதொப்பது இல்.

துன்பம் வரும்போது அதை எண்ணி நகைக்கும் மன
நிலையைப் பெற வேண்டும். துன்பத்தை எதிர்கொள்வ
தற்குச் சரியான வழி இதைத் தவிர வேறில்லை.

* * *

94. வெள்ளத் தனைய இடும்பை அறிவுடையான்
    உள்ளத்தின் உள்ளக் கெடும்.

வெள்ளம் போல் அளவற்றதாய் துன்பம் வந்தாலும்
அறிவுடையவன் அத்துன்பத்தை (உறுதியான) தன்
மனத்தில் நினைத்த அளவிலே அவனை விட்டு விலகி
விடும்.

* * *

95. உவப்பத் தலைக்கூடி உள்ளப் பிரிதல்
    அனைத்தே புலவர் தொழில்.

மகிழும் வண்ணம் கூடிப்பழகி (இனி இவரை எப்போது
காண்போம் என்று) வருந்தி நினைக்கும் படியாகப் பிரிதல்
புலவரின் வழக்கமாகும்.

* * *

96. அடுத்தது காட்டும் பளிங்குபோல் நெஞ்சம்
    கடுத்தது காட்டும் முகம்.

தனக்கு அருகே உள்ள பொருள்களைத் தன்னிடம்
காட்டும் பளிங்குபோல் ஒருவருடைய நெஞ்சத்தில்
மிகுந்து உள்ளதை அவருடைய முகம் காட்டும்.

* * *

93. Laugh away troubles, there is
No other way in conquer woes.

If troubles come. laugh; there is nothing like that to press upon and drive away sorrow.

* * *

94. Deluging sorrows come to nought
When wiseman faces them with firm thought.

A flood of troubles will be overcome by the thought which the mind of the wise will entertain even in sorrow.

* * *

95. To meet with joy and part with thought
Of learned men this is the art.

It is the nature of the learned to give joy to those whom they meet and on leaving to make think Oh, when will we meet them again.

* * *

96. What throubs in mind the face reflects
Just as mirror nearby objects.

As the mirror reflects what is near, So does the face showswhat is uppermost in the mind.

* * *

97. ஒளியார்முன் ஒள்ளியர் ஆதல் வெளியர்முன்
    வான்சுதை வண்ணம் கொளல்.

அறிவிற் சிறந்தவர் முன் நாமும் அறிவிற் சிறந்தவராய்
இருக்க வேண்டும். அறியாமை உடையார் முன்
வெண்மை நிறமான சுண்ணாம்பு போல் (அவர்களைப்
போலவே) இருக்க வேண்டும்.

* * *

98. ஏதிலார் ஆரத் தமர்பசிப்பர் பேதை
    பெருஞ்செல்வம் உற்றக் கடை.

அறிவற்றவர் பெருஞ்செல்வத்தை அடைந்தபோது
(அவரோடு தொடர்பில்லாத) அயலார் நிறைய நன்மை
பெற, அவருடைய சுற்றத்தார் பசியால் வருந்துவர்.

* * *

99. உறல்முறையான் உட்பகை தோன்றின் இறல்முறையான்
    ஏதம் பலவும் வரும்.

உறவு முறையோடு உட்பகை உண்டாகுமானால், அது
ஒருவர்க்கு இறக்கும் வகையான துன்பம் பலவற்றைக்
கொடுக்கும்.

* * *

100. பணியுமாம் என்றும் பெருமை சிறுமை
     அணியுமாம் தன்னை வியந்து.

பெருமை எனும் பண்பு எக்காலத்திலும் பணிவுடன்
இருக்கும். ஆனால், சிறுமையோ தன்னைத் தானே
வியந்து பாராட்டிக்கொள்ளும்.

* * *

97. Before bright be brilliant light
   Before the muff he mortar white.

Be lights in the assembly of the enlightened, but assume thepure whiteness of mortar (ignorance) in that of fools.

* * *

98. Strangers feast and kins fast
   When fools mishandle fortune vast.

If a fool happens to get and immense fortune, the neighbourswill enjoy it while fools' relations starve.

* * *

99. A traitor among relation will
   Bring life-endangering evil.

If there is internal enemity it shall give adversity as the fear of an impending death.

* * *

100. Greatness bend with modesty
   Meanness vaunts with vanity.

The great will always be humble; but the mean will exalt itself admiration.

* * *

101. சொல்லப் பயன்படுவர் சான்றோர் கரும்புபோல்
     கொல்லப் பயன்படுவர் கீழ்.

சான்றோரிடம் ஏதாவது குறை இருப்பின் அதை எடுத்துச்
சொன்ன அளவிலேயே தங்களைத் திருத்திக்கொண்டு
பிறர்க்குப் பயன் தருவர். ஆனால், கரும்புபோல் அழித்துப்
பிழிந்தால்தான் குணத்தில் தாழ்ந்த மக்கள் பயன்படுவர்.

* * *

102. பண்புடையார் பட்டுண்டு உலகம் அது இன்றேல்
     மண்புக்கு மாய்வது மன்.

பண்பு உடையவர்கள் பொருந்தி இருப்பதால் இந்த
உலகம் உள்ளது. (இயங்குகின்றது) இல்லை யென்றால்,
அது மண்ணோடு மண்ணாக அழிந்து விடும்.

* * *

103. கள்உண்ணாப் போழ்தில் களித்தானைக் காணுங்கால்
     உள்ளான்கொல் உண்டதன் சோர்வு.

ஒருவன் தான் கள் உண்ணாது இருக்கும் நேரத்தில்,
கள்ளுண்டு மயங்கிய மற்றொருவனைப் பார்க்கும் போது,
கள் உண்பதால் உண்டாகும் சோர்வைப் பற்றி எண்ணிப்
பார்க்க மாட்டானோ?

* * *

104. வேண்டற்க வென்றிடினும் சூதினை வென்றதூஉம்
     தூண்டில் பொன்மீன் விழுங்கியற்று.

வெற்றியே கிடைத்தாலும் சூதாட்டத்தை விரும்பக்
கூடாது. சூதாட்டத்தில் பெற்ற வெற்றி, இரையை அடைய
விரும்பித் தூண்டில் இரும்பை மீன் விழுங்கியதைப்
போன்றதாகும்.

* * *

101. The good by soft words profits yield
     The base like sugarcane when crashed.

The great bestow as soon as they are infrormed, the mean, like the sugarcane only when they are tortured to death.

* * *

102. The world rests with the mannered best
     Or it crumbles and falls to dust,

The world subsists by contact with the good. If not, it would bury and perish with ground.

* * *

103. The sober seeing the drunkard's plight
     On self can't one feel same effcet.

When a drunkard who is sober sees one who is not it looks as if he remembered not the evil effect of his (own) drink.

* * *

104. Avoid gambling, albeit you win
     Gulping bait-hook what does fish gain?

Though able to win, but not one desire gambling, for even what is won is like a fish swallowing the iron in a fish hook.

* * *

105. பொருட்பெண்டிர் பொய்ம்மை முயக்கம் இருட்டறையில்
     ஏதில் பிணம் தழீஇ யற்று.

பொருளையே விரும்பும் பெண்களின் பொய்யான
தழுவுதல் இருட்டறையில் தொடர்பு இல்லாத ஒரு
பிணத்தைத் தழுவியதைப் போன்றதாகும்.

* * *

106. மருந்தென வேண்டாவாம் யாக்கைக்கு அருந்தியது
     அற்றது போற்றி உணின்.

முன் உண்ட உணவு செரித்த தன்மையை ஆராய்ந்து
(உணர்ந்து) பிறகு உண்டால் உடம்பிற்கு மருந்து என
ஒன்று வேண்டியதில்லை.

* * *

107. மிகினும் குறையினும் நோய் செய்யும் நூலோர்
     வளிமுதலா எண்ணிய மூன்று.

மருத்துவ நூல்கள் சிந்தித்துச் சொன்ன (வாதம், பித்தம்,
கோவை என்ற) மூன்றும் அளவுக்கு மிகுந்தாலும்,
குறைந்தாலும் நோய் உண்டாகும்.

* * *

108. நோய் நாடி நோய்முதல் நாடிஅது தணிக்கும்
     வாய்நாடி வாய்ப்பச் செயல்.

நோய் இன்னதென்று ஆராய்ந்து நோயின் காரணத்தை
ஆராய்ந்து, அதைத் தணிக்கும் வழியையும் ஆராய்ந்து
உடலுக்குப் பொருந்துமாறு மருத்துவம் செய்ய
வேண்டும்.

* * *

105. The false embrace of whores is like
That of a damned corpse in the dark.

The false embrace of wealth loving women with man is like the embracing a strange corpse in a dark room.

* * *

106. After digestion one who feeds
The body no medicine needs.

No medicines necessary for the body of a person who eats after assuring the digestion of food that has been already eaten.

* * *

107. Wind, bile and phlegm three cause disease
So authors deem it more or less.

Excessive or deficient of three things (Flatulence , billousness and phlegm) will cause disease.

* * *

108. Test disease, its cause and cure
And apply remedy that is sure.

Let the physicians enquire into the (nature of) disease its cause and its method of cure and treat it suitably.

* * *

109. உற்றவன் தீர்ப்பான் மருந்து உழைச் செல்வான் என்று
     அப்பால் நாற்கூற்றே மருந்து.

மருத்துவம் என்பது நோயுற்றவன், நோயைத் தீர்க்கும்
மருத்துவன், நோய் போக்கும் மருந்து, பக்கத்தில் இருந்து
உதவுபவன் என்னும் அப்பகுதிக்குட்பட்ட நான்கு
பிரிவுகளை உடையது.

* * *

110. செயற்கரிய யாவுள நட்பின் அதுபோல்
     வினைக்கரிய யாவுள காப்பு.

நட்பைப் போல் செய்துகொள்வதற்கு அருமையானவை
எவை உள்ளன? அதுபோல், ஒருவருடைய
செயல்பாட்டுக்கும் பாதுகாப்பாக நட்பைத் தவிர எவை
உள்ளன?

* * *

111. நகுதற் பொருட்டன்று நட்டல் மிகுதிக்கண்
     மேற்சென்று இடித்தற் பொருட்டு.

நட்பாக இருத்தல் ஒருவரோடு ஒருவர் சிரித்து மகிழும்
பொருட்டு மட்டும் அன்று, நண்பர் நெறி கடந்து செல்லும்
போது முற்பட்டுச் சென்று இடித்துரைப்பதற்கும் ஆகும்.

* * *

112. உடுக்கை இழந்தவன் கைபோல ஆங்கே
     இடுக்கண் களைவதாம் நட்பு.

உடை இழந்தவனுக்கு கை உதவுவதுபோல், துன்பம்
வந்தபோது உடனே உதவி அதைப் போக்குவதே
நட்பாகும்.

* * *

109. Patient, doctor medicine and compounder
Are four fold codes of treating course

Medical science consists of four parts viz, patient, physician, Medicine and compounder.

* * *

110. Like friendship what's so hard to gain?
As like what is the guard one's act?

What things are there so difficult to a equie as friendship? what is the guard like that which proteets one's deed.

* * *

111. Not to laugh is friendship made
But to hit when faults exceed.

Friendship is to be practised not only for the purpose of laughing but also for that to being before hand to giving one another sharp rebukes in case of transgression.

* * *

112. Friendship hastens help in mishaps
Like hands helping up while dress losts.

As like as the hand, one whose garment is loosened, friendship hastens to the rescue of the affected friend.

* * *

113. மருவுக மாசற்றார் கேண்மை ஒன்றுஈந்து
     ஒருவுக ஒப்பிலார் நட்பு.

மனத்தில் குற்றமற்றவர் நட்பைப் பெறவேண்டும்.
பொருந்தாதவர் நட்பினை ஒன்றைக் கொடுத்தாவது
விலக்கிக்கொள்ள வேண்டும்.

* * *

114. சிற்றின்பம் வெஃகி அறனல்ல செய்யாரே
     மற்றின்பம் வேண்டு பவர்.

உலகின் உயர்ந்த இன்பத்தைப் பெற விரும்புவர்
நிலையயற்ற சிறிய இன்பத்தை விரும்பி நேர்மை
இல்லாதவற்றைச் செய்யார்.

* * *

115. நல்குரவு என்னும் இடும்பையுள் பல்குரைத்
     துன்பங்கள் சென்று படும்.

வறுமை என்னும் இக்கட்டான நிலைமை உண்டாகும்
போது, அதன் வழியாகப் பலப்பல துன்பங்களும் வந்து
சேரும்.

* * *

116. அற்றார் அழிபசி தீர்த்தல் அஃதொருவன்
     பெற்றான் பொருள் வைப்புழி.

வறியவர்களின் நலன்களை அழிக்கும் பசியைப் போக்க
வேண்டும். அது (வறியவர்களின் பசி நீங்கிய வயிறு)
பொருள் பெற்ற ஒருவன் தன் பொருளைச் சேர்த்து
வைக்கும் இடமாகும்.

* * *

**113. Entertain the blameless one as friend
Giving something and give up the irrelevant.**

Get the friendship of pure but renounce the friendship of absured even by give a thing (cost).

* * *

**114. For spiritual bliss who long
For fleeting joy commit no wrong.**

Those who desire the higher joy will not act injustly through desire of the trifling joy.

* * *

**115. The pest of wanton poverty
Brings a train of misery.**

Many miseries will come through the adversity of poverty.

* * *

**116. Drive the poor from their gnawing pains
If room you seek to store your gains.**

The removal of killing hunger of the poor is the place for oneto lay up wealth.

* * *

117. பகுத்துண்டு பல்லுயிர் ஓம்புதல் நூலோர்
     தொகுத்தவற்றுள் எல்லாம் தலை.
கிடைத்ததைப் பகுத்துக் கொடுத்து தானும் உண்டு பல
உயிர்களையும் காப்பாற்றுதல், முன்னோர் நூல்களில்
தொகுத்துக் கூறியுள்ள அறங்கள் எல்லாவற்றிலும்
தலையான அறமாகும்.

* * *

118. காதல காதல் அறியாமல் உய்க்கிற்பின்
     ஏதில ஏதிலார் நூல்.
ஒருவர் தம் விருப்பம் பிறர்க்குத் தெரியாதபடி
விருப்பமானவற்றை நுகர வல்லவராயின், பகைவர்
அவரை வஞ்சிப்பதற்காகச் செய்யும் சூழ்ச்சிகள்
பலிக்காமல் போகும்.

* * *

119. செய்தக்க அல்ல செயக்கெடும் செய்தக்க
     செய்யாமை யானும் கெடும்.
செய்யத் தகாத செயல்களைச் செய்வதால் கேடு
உண்டாகும். செய்யத் தகுந்ததைச் செய்யாவிட்டாலும்
கேடு விளையும்.

* * *

120. நன்று ஆற்றலுள்ளும் தவறுண்டு அவரவர்
     பண்பறிந்து ஆற்றாக் கடை.
அவரவருடைய இயல்புகளை அறிந்து செய்யா விட்டால்,
நன்மை செய்வதிலும்கூட தவறு ஏற்பட்டு விடும்.

* * *

117. Share the food and serve all lives
This is main virtue of all books' virtues.

The chief of all (the virtues) which authors have summed up, is to eat of food that has been shared with others, and to preserve the manifold life of other creatures.

* * *

118. All designs of the foes shall fail
If one his wishes guards in veil.

If one enjoys the things of desires, privately (without publicity) the designs of enemies will be useless.

* * *

119. Doing incorrect action ruins
Failing essential act also ruins.

One will perish who does what is not fit to do and also will perish who does not do that is fit to do.

* * *

120. Attune the deeds to habitude
Or ev'n good leads to evil feud.

There are failures even in helping, when it is done without knowing the various dispositons of human being.

* * *

121. ஒல்வது அறிவது அறிந்ததன் கண்தங்கிச்
     செல்வார்க்குச் செல்லாதது இல்.

தனக்குப் பொருந்தும் செயலையும் அதற்காக அறிய
வேண்டியதையும் அறிந்து, அதனிடம் நிலைத்து நின்று
முயல்கின்றவர்க்கு முடியாதது ஒன்றுமில்லை.

* * *

122. ஊக்கம் உடையான் ஒடுக்கம் பொருதகர்
     தாக்கற்குப் பேரும் தகைத்து.

ஊக்கம் உடையவன் (காலத்தை எதிர்பார்த்து)
அடங்கியிருத்தல், போர் செய்யும் ஆட்டுக்கடா தன்
பகையைத் தாக்குவதற்காகப் பின்வாங்குவதைப்
போன்றது.

* * *

123. எய்தற்கு அரியது இயைந்தக்கால் அந்நிலையே
     செய்தற்கு அரிய செயல்.

கிடைத்தற்கரிய காலம் வந்து வாய்க்குமானால், அதைப்
பயன்படுத்திக்கொண்டு, அப்போதே செயற்கரிய
செயல்களைச் செய்து முடிக்க வேண்டும்.

* * *

124. கொக்கொக்க கூம்பும் பருவத்து மற்றதன்
     குத்தொக்க சீர்த்த இடத்து.

பொறுத்திருக்கும் காலத்தில் நீர்நிலையின் ஓரம் நிற்கும்
கொக்கைப் போல், அமைதியாக இருக்க வேண்டும். அந்த
கொக்கு இரையைப் பார்த்ததும் கொத்திப் பிடிப்பதைப்
போல சரியான காலம் வாய்க்கும் போது தவறாமல்
செயலைச் செய்து முடிக்க வேண்டும்.

* * *

121. Nothing hampers the firm who know
What they can and how to do.

There is nothing which may not be accomplished by those who make themselves aquainted with their own ability and with whatever else is (need ful) to be known and apply themselves wholly to their objects.

* * *

122. By self-restraint stalwarts keep fit
Like rams retreating but to butt.

The self-restraint of energetic one (while waiting for a suitable time to act) is like the drawing back of the foot of a fighting ram in order to butt.

* * *

123. When comes the season ripe and rare
Dare and do hard things then and there.

If a rare opportunity occurs while it lasts do that which israrely done.

* * *

124. In waiting time feign peace like stork
In acting time strike like its peak.

One should use self-control like a heron while remain and actas the strike of it when there is favourable opportunity.

* * *

125. குணம் நாடிக் குற்றமும் நாடி அவற்றுள்
    மிகை நாடி மிக்க கொளல்.

ஒருவருடைய குணங்களை ஆராய்ந்து அறிந்து
அவருடைய குற்றங்களையும் ஆராய்ந்து அவற்றுள் எது
மிகுதியாக உள்ளது என்பதைக் கொண்டு, அவரைத்
தேர்ந்தெடுக்க வேண்டும்.

* * *

126. மனைவிழைவார் மாண்பயன் எய்தார் வினைவிழைவார்
    வேண்டாப் பொருளும் அது.

காம வேட்கையால் மனைவியை மிகவும் விரும்பி இருப்பவர்
சிறந்த பயனை அடைய மாட்டார். கடமையைச் செய்ய
நினைப்பவரிடம் அத்தகைய விருப்பம் இருக்க கூடாது.

* * *

127. செய்வினை செய்வான் செயன்முறை அவ்வினை
    உள்ளறிவான் உள்ளம் கொளல்.

ஒருவன் ஒரு செயலைச் செய்யும் முறை
என்னவென்றால், முதலில் அந்தச் செயலைப் பற்றிய
நுட்பங்களை அறிந்த ஒருவருடைய நட்பைப் பெற்று
அவருடைய ஒத்துழைப்புடன் அதைச் செய்வதாகும்.

* * *

128. உள்ளிய எய்தல் எளிதுமன் மற்றும்தான்
    உள்ளியது உள்ளப் பெறின்.

மனத்தில் தோன்றிய எண்ணத்தைத் (குறிக்கோள்)
தொடர்ந்து (ஒருமுகப்பட்டு) எண்ணியபடி இருந்தால்
அதை அடைதல் எளிதாகும்.

* * *

**125. Good and evil in one weigh well
And judge by virtues which prevail.**

Consider good qualities and faults of one and then considerwhich of theose are greatest and judge by that which prevails.

* * *

**126. Who dote on wife lose mighty gain
That desire dynamic persons disclaim.**

Those who lust after their wife will not attain the great gain. That is not desired by those who like the duty.

**127. Know first the secret from experts
That is the way of fruitful acts.**

The method of performance for one who has begun an act is to ascertain the mind of a person who knows the technic thereof.

* * *

**128. Easy it is a thing to get
When the mind on it is set.**

It is easy to obtain what ever may think of, if one thought fully pursues it.

* * *

129. கருமம் சிதையாமல் கண்ணோட வல்லார்க்கு
உரிமை உடைத்திவ் உலகு.

தாம் மேற்கொள்ளும் கடமையில் தவறாமல் பிறரிடம்
கருணை செலுத்தவல்ல திறம் வாய்த்தவர்க்கு உலக
நன்மை அனைத்தும் உரிமை உடையதாகும்.

* * *

130. இன்பம் விழையான் வினைவிழைவான் தன்கேளிர்
துன்பம் துடைத்தூன்றும் தூண்.

இன்பத்தை விரும்பாதவனாக மேற்கொண்ட செயலை
முடிக்கப் பாடுபடுபவன் தன் சுற்றத்தாரின் துன்பத்தைத்
தாங்குகின்ற தூண் ஆவான்.

* * *

131. அருமை உடைத்தென்று அசாவாமை வேண்டும்
பெருமை முயற்சி தரும்.

இச்செயல் செய்துமுடிக்க அரிதானது என்று
சோர்வுறாமல் இருக்க வேண்டும். அதைச் செய்வதற்குத்
தக்க வலிமையை முயற்சி உண்டாக்கும்.

* * *

132. முயற்சி திருவினை ஆக்கும் முயற்றின்மை
இன்மை புகுத்தி விடும்.

முயற்சி ஒருவரின் செல்வத்தைப் பெருகச் செய்யும்,
முயற்சி இல்லாதிருத்தல் அவருக்கு வறுமையைச்
சேர்த்துவிடும்.

* * *

129. Who gracious are but dutiful
Have right for their earth beautiful.

Those who are able to convey kindness to others without injury to their own affairs, the world will be all their own.

* * *

130. Work who likes and not pleasure
Wipes grief of kindspoke, pillar secure.

He who desires not pleasure, but desires duty, will be a pillar to sustain his relations, wiping away the sorrows.

* * *

131. Feel not frustrate saying "Tis hard'
Who tries attains striving's reward.

Yield not to the feebleness which says, "This is too difficult to be done." Endeavour will give the greatness which is necessary (to do it).

* * *

132. Industry adds prosperity
Indolence brings but poverty.

Deligence will produce wealth; idleness will bring poverty.

* * *

133. தெய்வத்தான் ஆகாது எனினும் முயற்சிதன்
மெய்வருத்தக் கூலி தரும்.

எடுத்துக் கொண்ட முயற்சி விதி வசத்தால் முழுப்
பயனையும் தராமல் போனாலும், தன் உடம்பு வருந்திய
வருத்தத்தின் அளவுக்காவது பயனை உறுதியாகத் தரும்.

* * *

134. செயற்கை அறிந்தக் கடைத்தும் உலகத்து
இயற்கை அறிந்து செயல்.

நூல் முதலியவற்றால் பெற்ற அறிவால் செயலாற்றும்
திறமை பெற்றிருந்தாலும் உலகத்தின் இயற்கைத்
தன்மையை அறிந்து அதற்கேற்ப செயல்பட வேண்டும்.

* * *

135. வினைத்திட்பம் என்பது ஒருவர் மனத்திட்பம்
மற்றைய எல்லாம் பிற.

ஒரு செயலில் உறுதி என்பது அதைச் செய்பவருடைய
மன உறுதியைச் சார்ந்ததாகும். செயல் தொடர்பான
மற்றவையெல்லாம் அதற்குப் பின் வரும் தன்மை
உடையனவாகும்.

* * *

136. கடைக்கொட்கச் செய்தக்க ஆண்மை இடைக்கொட்கின்
எற்றா விழுமம் தரும்.

எடுத்த செயல் வெற்றியாக முடிந்து இறுதியில் வெளிப்
படுமாறு செய்வதே ஆண்மையாகும். இடையில் வெளிப்
படுதல் நீங்காத துன்பத்தைத் தரும்,

* * *

133. Though God can't makes fulfilment
Hard effort has ready payment.

Though God's grace support one, it may not attain something yet effort with bodily exertion will yield its reward.

* * *

134. Albeit you know to act from books
Act after knowings World's outlooks,

Though you are acquainted with artificial methods of (get from books etc) performing an act, understand the nature of the world (society) and act.

* * *

135. A powerful mind does powerful act
Act all the rest afterwards.

Firmness in action is (simply) one's firmess of mind, all other abilities will be after that.

* * *

136. The story achieve and then display
Woe unto work displayed midway.

Go to perform an act as to publish it only at its termination is manliness, for to announce it before the end will cause irremediable sorrow.

* * *

137. செய்க பொருளைச் செறுநர் செருக்கறுக்கும்
     எஃகதனிற் கூரியது இல்.

ஒருவர் செல்வத்தை உருவாக்க வேண்டும். அதுவே
அவருடைய பகைவரின் செருக்கை அறுக்கும் வாள்
ஆகும்.

* * *

138. வினைவலியும் தன்வலியும் மாற்றான் வலியும்
     துணை வலியும் தூக்கிச் செயல்.

செய்யப்போகும் செயலின் கடுமையான தன்மை,
தன்னுடைய பலம், பகைவனின் பலம், இருவருக்கும்
துணையாக இருப்பவர்களின் பலம் ஆகியவற்றை
எல்லாம் ஆராய்ந்து செயல்பட வேண்டும்.

* * *

139. தன்துணை இன்றால் பகை இரண்டால் தானொருவன்
     இன்துணையாக் கொள்கவற்றின் ஒன்று.

தனக்கு உதவியான துணை இல்லை. தனக்குப் பகையோ
இரண்டு. இந்நிலையில், அப்பகைகளுள் ஒன்றை இனிய
துணையாக ஆக்கிக் கொள்ள வேண்டும்.

* * *

140. இகல்எதிர் சாய்ந்தொழுக வல்லாரை யாரே
     மிகல்ஊக்கும் தன்மை யவர்.

பிறரோடு முரண்பாடு தோன்றும்போது, எதிர்த்து
நில்லாமல், பொறுமையுடன் செயல்பட வல்லவரை
வெல்லக் கருதும் திறமையுடையவர் யாரும் இல்லை.

* * *

**137. Make wealth, there is no sharp steel
The isolence of foes to quell.**

Accumulate wealth, it will destroy the arrogance of (your) foes; there is no weapon sharper than it.

* * *

**138. Judge act and might and foemens strength
The allies' strength and go lenth.**

The hard nature of the action, own strength, strength of rival and supporters of both should be carefully scrutinised before undertake action.

* * *

**139. Alone if two foes you oppose
Make one of them your ally close.**

When a person with no support happens to meet two opponents, he should seek the support of one of them to tackle the situation.

* * *

**140. Who can overcome them in glory
That are lean upon against the hatred.**

Who indeed would think of conquerring those who tackle the variance through lean upon against it.

* * *

141. தெண்ணீர் அடுபுற்கை ஆயினும் தாள்தந்து
     உண்ணலின் ஊங்கு இனியது இல்.
தெளிந்த நீர்போல் சமைத்த கூழே ஆனாலும் தன்
முயற்சியால் கிடைத்ததை உண்பதைவிட,
இனிமையானது வேறொன்றுமில்லை.

* * *

142. நெருநல் உளனொருவன் இன்றில்லை என்னும்
     பெருமை உடைத்திவ் வுலகு.
நேற்று உயிருடன் இருந்த ஒருவன் இன்று இல்லை
என்று சொல்லப்படும் நிலையாமை ஆகிய பெருமை
உடையது இந்த உலகம்.

* * *

143. ஒன்றா உலகத்து உயர்ந்த புகழல்லால்
     பொன்றாது நிற்பதொன்று இல்.
உலகத்தில் ஒப்பற்றதாக நிலைத்து நிற்க வல்லது
உயர்ந்த புகழைத் தவிர வேறொன்றும் இல்லை.

* * *

144. வேண்டின் உண்டாகத் துறக்க துறந்தபின்
     ஈண்டு இயற்பால பல.
துன்பமில்லாத நிலைமை வேண்டுமானால், எல்லாப்
பொருள்களும் உள்ள காலத்திலேயே அவற்றைத் துறக்க
வேண்டும். துறந்தபின் இங்கு பெறக் கூடியவை
(நன்மைகள்) பல.

* * *

141. **Though gruel thin, nothing is best
Like the food earned by labour's sweat.**

Even thin gruel is ambrosia which is obtained by labour.

* * *

142. **One was yesterday; not today
The greatness of the world's way.**

This world possesses the greatness of one who yesterday was and today is not.

* * *

143. **Nothing lasts on earth forever but
Onething lasts, the high fame is that.**

There is nothing imperishable except fame, exalted in solidary greatness.

* * *

144. **Give up things when you have
Then you will gain many joys.**

There will still be many good things to attain in this world one who renounces things which retain at present.

* * *

145. சொல்லுதல் யார்க்கும் எளிய அரியவாம்
     சொல்லிய வண்ணம் செயல்.
இச்செயலை இவ்வாறு செய்யலாம் எனப் பலர் எளிதாகச்
சொல்லக் கூடும். ஆனால், ஒரு செயலைச் செய்து
முடிப்பதென்பது அரிதான ஒன்றாகும்.

* * *

146. பரியினும் ஆகாவாம் பால்அல்ல; உய்த்துச்
     சொரியினும் போகா தம.
எவ்வளவு வருந்திக் காத்தாலும் நமக்கு உரியவை
அல்லாதவை நம்மிடம் நில்லாமல் போகும். நமக்கென
உரியவை எவ்வளவு முயன்று தள்ளினாலும் நம்மை
விட்டுப் போகாமல் நமக்கு உடைமையாகும்.

* * *

147. ஞாலம் கருதினும் கைகூடும் காலம்
     அறிந்து இடத்தாற் செயின்.
செயலை முடிப்பதற்கு ஏற்ற காலத்தை அறிந்து சரியான
இடத்தில் இருந்துகொண்டு செயல்பட்டால் உலகமே
வேண்டும் எனக் கருதினாலும் கைகூடும்.

* * *

148. குடிசெய்வல் என்னும் ஒருவற்குத் தெய்வம்
     மடிதற்றுத் தான்முந் துறும்.
'என் குடியை உயரச் செய்வேன்' என்று முயலும்
ஒருவருக்குத் தெய்வம் ஆடையை இறுகக் கட்டிக்
கொண்டு தானே முன்வந்து துணை புரியும்.

* * *

**145. Easy it is to tell a matter
But hard it is to know and act.**

To say (how an act is to be performed) is indeed easy for anyone; but far difficult it is to do according to what has been said.

* * *

**146. Things not thine never remain
Things destined are surely thine.**

Whatever is not conferred by fate can not he preserved although it be guarded with painful care, If the fate is "can't be lost' anything will remain although one should undertake to throw it away.

* * *

**147. Choose proper time, place then act
Even the world you win with ease.**

Though a person should meditate (the conquest of) the world. who may accomplish it, if acts in the right time, at the right place.

* * *

**148. When one resolves to raise own race
Loin girtup God leads the ways.**

The deity will clothe itself and support one who resolves on raising own species.

* * *

149. ஊழிற் பெருவலி யாவுள மற்றொன்று
சூழினும் தான்முந் துறும்.

விதியை விட மிக்க வலிமையுள்ளதாக வேறு எவை
உள்ளன? அதை விலக்கும் பொருட்டு மற்றொரு வழியை
ஆராய்ந்தாலும் அங்கும் தானே முன் வந்து நிற்கும்.

* * *

150. ஊழையும் உப்பக்கம் காண்பர் உலைவின்றித்
தாழாது உளுற்று பவர்.

ஊக்கம் குலையாமல், சோர்வு இல்லாமல் முயற்சி
செய்கின்றவர் செயலுக்கு இடையூறாக வரும் விதியைக்
கூடப் பின்தள்ளி விடுவர். (தோல்வியுறச் செய்வர்)

* * *

**149. What power surpasses fate? Its will
     Persists against the other skill.**

What is stronger than fate? If we think of an expedient (to avert it), fate will itself be with us before.

* * *

**150. Tireless toiler's striving hand
     Shall leave even the fate behind.**

They who persevere on, without fear and without fainting will see even fate (put) behind their back.

* * *

இந்நூலில் இடம்பெற்றுள்ள குறள் முதற் குறிப்பு – அகரவரிசை

ஆசிரியரைப் பற்றி....

அரு. அருள்செல்வன் 1961இல் பிறந்தவர். இந்திய அஞ்சல் துறையில் பணியாற்றி ஓய்வு பெற்றுள்ள இவர் குடும்பத்துடன் சென்னையில் வசித்து வருகிறார். தமிழில் 30 ஆண்டுகளுக்கு மேலாக எழுதி வரும் இவருடைய படைப்புகள் இதழ்கள், வானொலி, தொலைக்காட்சி வாயிலாக வெளிவந்துள்ளன. கதை, கவிதை, கட்டுரை, நாடகம் முதலிய தொகுப்பு நூல்களும் வெளிவந்துள்ளன.

About the Author

AR. Arul Selvan was born on 1961. He retired from India Post Department and resides with family in Chennai. He has been writing in Tamil more than 30 years. His writings were published in magazines, broadcasted through Radio and telecasted by Television. Books with collection of his Poems, Short stories, Articles and Plays have also been published.

Email: writerararulselvan@gmail.com